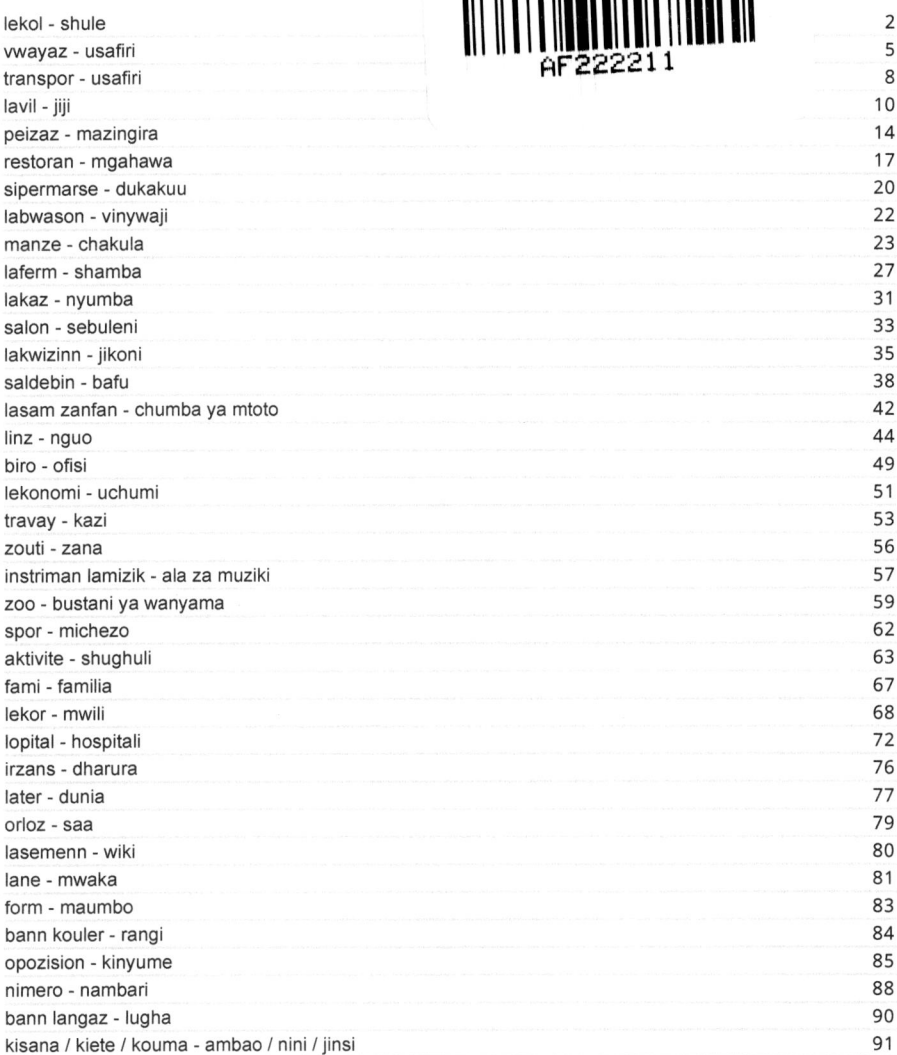

Impressum
Verlag: BABADADA GmbH, Nedderfeld 112 , 22529 Hamburg
Geschäftsführer / Verlagsleitung: Harald Hof
Druck: Books on Demand GmbH, In de Tarpen 42, 22848 Norderstedt

Imprint
Publisher: BABADADA GmbH, Nedderfeld 112 , 22529 Hamburg, Germany
Managing Director / Publishing direction: Harald Hof
Print: Books on Demand GmbH, In de Tarpen 42, 22848 Norderstedt

lekol
shule

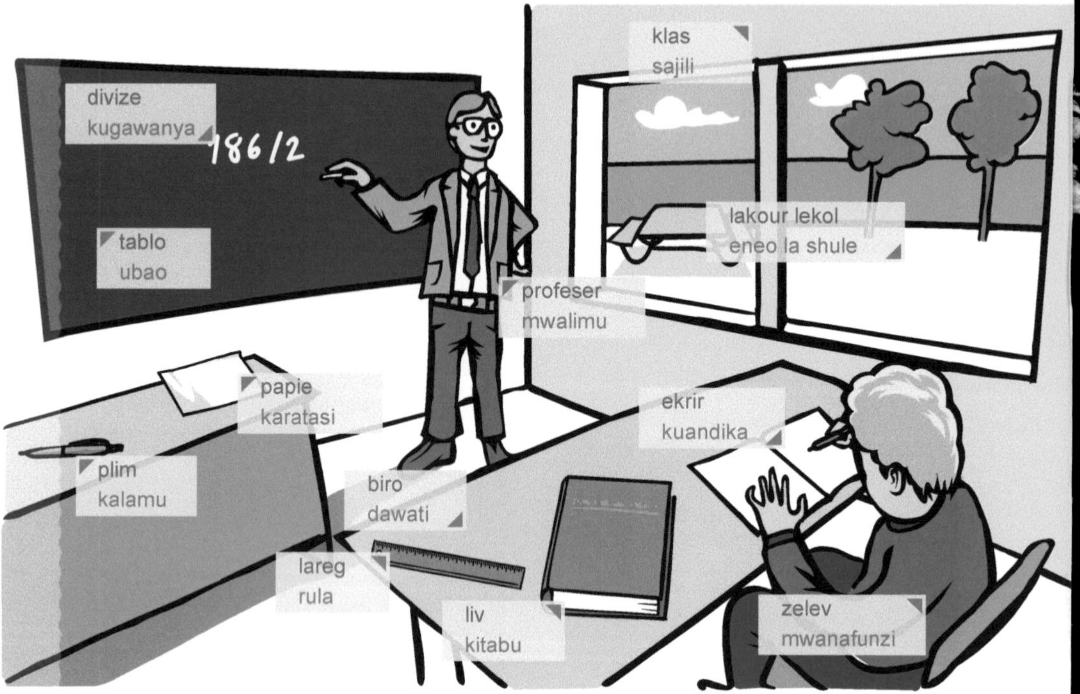

klas
sajili
divize
kugawanya
186/2
tablo
ubao
lakour lekol
eneo la shule
profeser
mwalimu
papie
karatasi
ekrir
kuandika
plim
kalamu
biro
dawati
lareg
rula
liv
kitabu
zelev
mwanafunzi

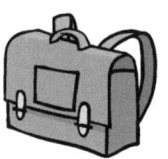

sak lekol

mkoba

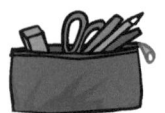

plimie

kikasha cha penseli

kreyon

penseli

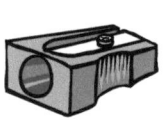

egizwar

kichonga penseli

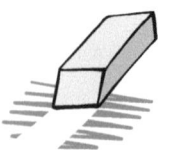

gom

mpira

kaye desin

pedi ya kuchora

desin

uchoraji

pinso

brashi ya rangi

bwat lapintir

sanduku la rangi

sizo

mkasi

lakol

gundi

kaye devwar

daftari

devwar

kazi ya nyumbani

nimero

nambari

2+2

azoute

jumlisha

retire

ondoa

miltipliye

zidisha

kalkile

kokotoa

let

barua

alfabet

alfabeti

mo

neno

text
....
maandishi

lir
....
kusoma

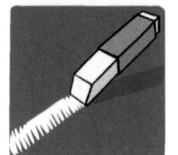

lakre
....
chaki

leson
....
somo

rezis
....
sajili

lexame
....
uchunguzi

sertifika
....
cheti

iniform lekol
....
sare za shule

ledikasion
....
elimu

lansiklopedi
....
elezo

liniversite
....
chuo kikuu

mikroskop
....
darubini

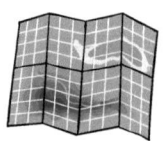

map
....
ramani

poubel
....
kikapu cha kuweka karatasi
chafu

vwayaz
usafiri

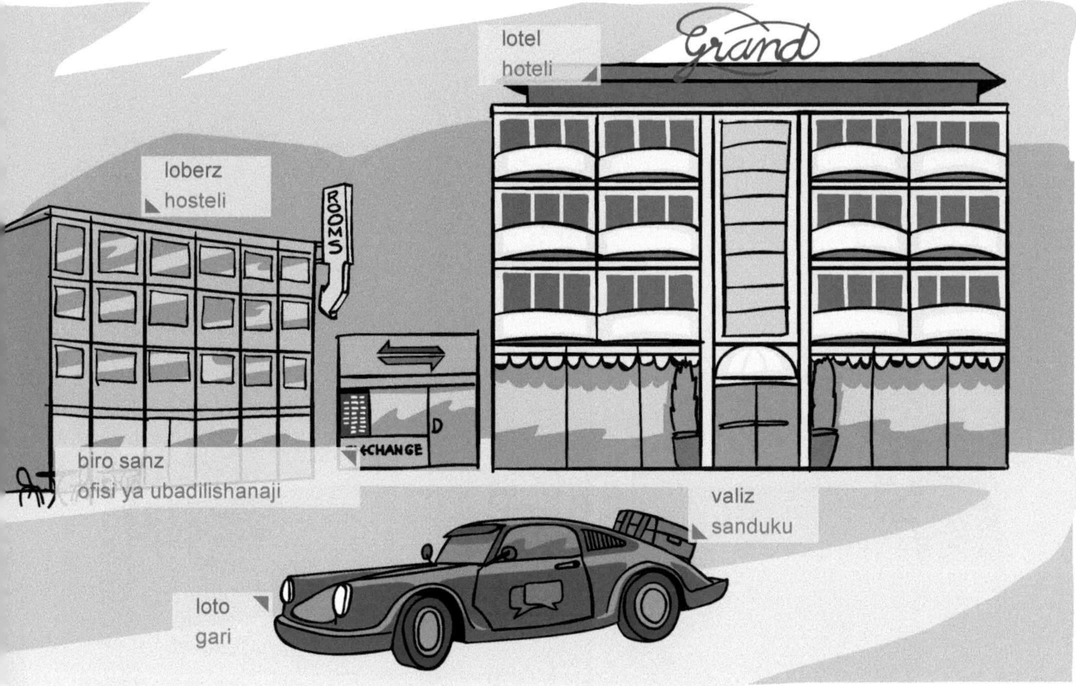
lotel
hoteli
Grand
loberz
hosteli
ROOMS
CHANGE
biro sanz
ofisi ya ubadilishanaji
valiz
sanduku
loto
gari

langaz

lugha

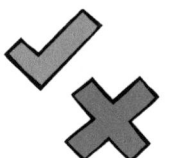

wi / non

ndiyo / la

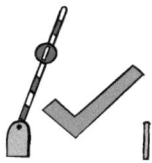

okay

sawa

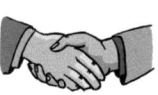

Alo

hujambo

tradikter

mtafsiri

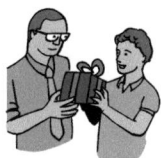

Mersi

Asante

komie sa..?

kiasi gani ni ...?

Mo pa pe konpran

Sielewi

problem

tatizo

Bonswar!

Jioni njema!

Bonzour!

Habari za asubuhi!

Bonn nwi!

Usiku mwema!

o-revwar

kwa heri

direksion

mwelekeo

bagaz

mizigo

sak

mfuko

sak-a-do

shanta

ot

mgeni

pies

chumba

sak kousaz

begi la kulalia

latant

hema

lofis tourism
taarifa ya utalii

laplaz
ufuo

kart kredi
kadi

ti-dezene
kifunguakinywa

dezene
chakula cha mchana

dine
chakula cha jioni

biye
tiketi

lasanser
kuinua

tem
muhuri

frontier
mpaka

ladwann
mila

lanbasad
ubalozi

viza
visa

paspor
pasipoti

transpor
usafiri

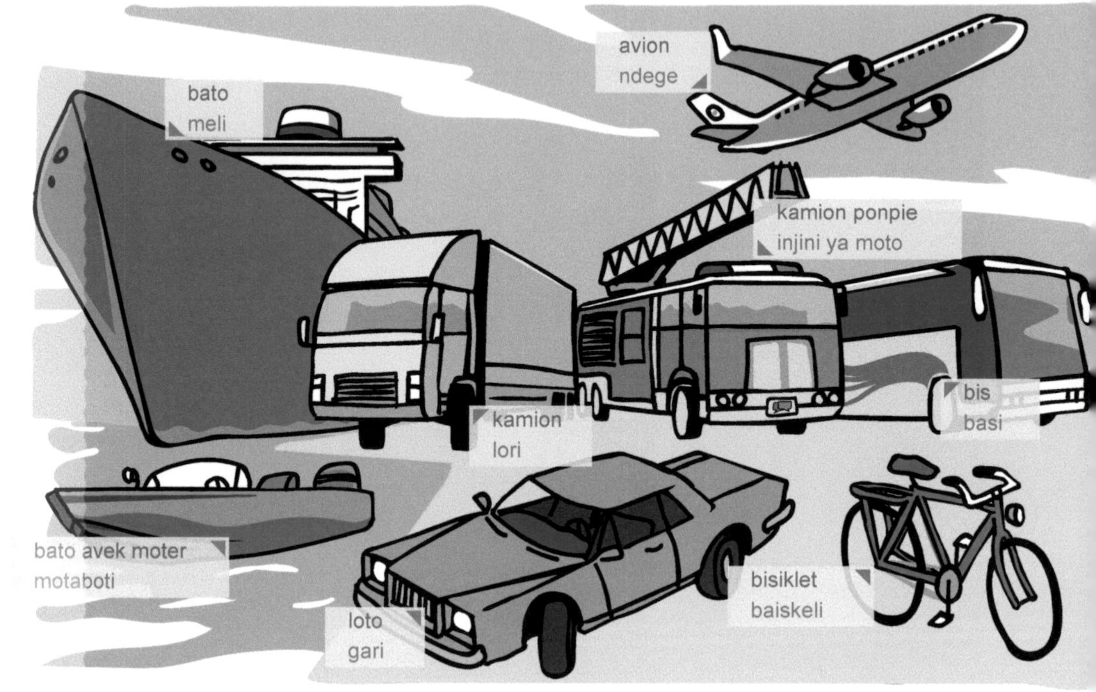

bato
meli
avion
ndege
kamion ponpie
injini ya moto
bis
basi
kamion
lori
bato avek moter
motaboti
loto
gari
bisiklet
baiskeli

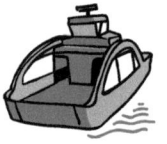

feri

feri

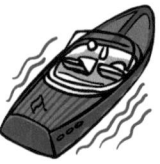

bato

mashua

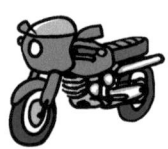

motosiklet

pikipiki

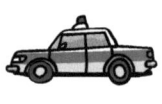

loto lapolis

gari la polisi

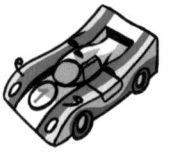

loto lekours

gari la mashindano

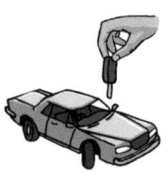

loto lokasion

gari la kukodisha

ko-vwatiraz

kushiriki gari

kamion towing

lori la kuvuta

kamion salte

ukusanyaji taka

moter

motor

lesans

mafuta

filing

kituo cha mafuta

pano indikasion

ishara trafiki

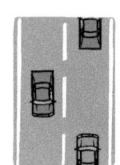

trafik

trafiki

anbouteyaz

msongamano

parking

maegesho

stasion trin

kituo cha treni

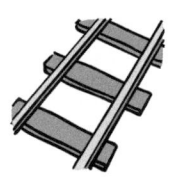

ray

reli

trin

garimoshi

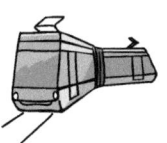

tram

tremu

vagon

gari la mizigo

elikopter

helikopta

aeropor

uwanja wa ndege

towing

mnara

pasaze

abiria

kontener

chombo

karton

katoni

sario

mkokoteni

panie

kikapu

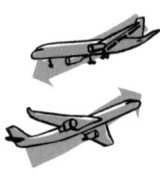

dekole / aterir

ondoka

lavil

jiji

vilaz

kijiji

sant-vil

katikati ya jiji

lakaz

nyumba

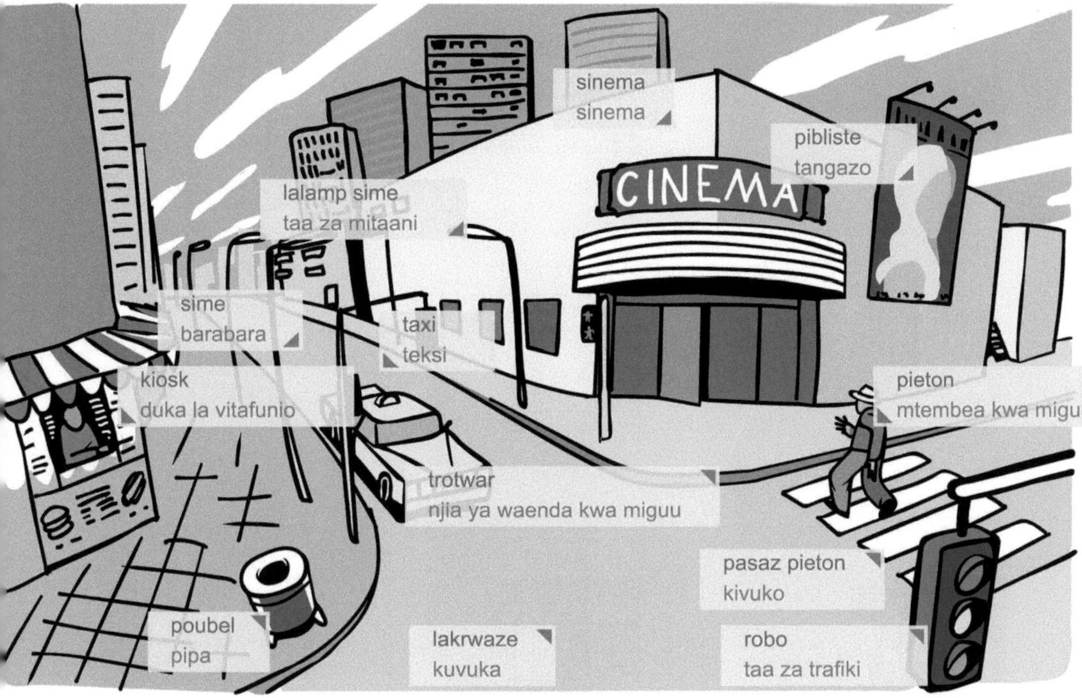

sinema
sinema

pibliste
tangazo

lalamp sime
taa za mitaani

CINEMA

sime
barabara

taxi
teksi

pieton
mtembea kwa miguu

kiosk
duka la vitafunio

trotwar
njia ya waenda kwa miguu

pasaz pieton
kivuko

poubel
pipa

lakrwaze
kuvuka

robo
taa za trafiki

kabann

kibanda

flat

gorofa

stasion trin

kituo cha treni

minisipalite

ukumbi wa mji

mize

Makavazi

lekol

shule

liniversite

chuo kikuu

labank

benki

lopital

hospitali

lotel

hoteli

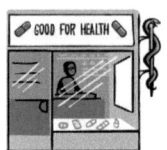

farmasi

duka la dawa

biro

ofisi

libreri

duka la kitabu

magazin

duka

fleris

duka la maua

sipermarse

dukakuu

bazar

soko

gran magazin

idara ya kuhifadhi

pwasonnri

mwuza samaki

sant komersial

kituo cha ununuzi

lepor

bandari

park

Hifadhi

labank

benki

pon

daraja

leskalie

vidato

metro

chini ya ardhi

tinel

handaki

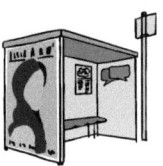

bistop

kituo cha mabasi

bar

bar

restoran

mgahawa

bwat-a-let

sanduku la posta

pano

ishara ya barabara

parkmet

mita ya maegesho

zoo

bustani ya wanyama

pisinn

kidimbwi cha kuogelea

moske

msikiti

laferm
shamba

polision
uchafuzi

simitier
makaburini

legliz
kanisa

lespas pou zwe
uwanja wa michezo

tanp
hekalu

peizaz
mazingira

fey
jani

pano indikasion
ishara ya mwelekeo

sime
njia

preri
malisho

ros
jiwe

randonner
mtembeaji wa masafa

pie
mti

larivier
mto

lerb
nyasi

fler
ua

lavale

bonde

kolinn

kilima

lak

ziwa

bwa

msitu

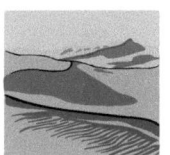

dezer

jangwa

volkan

volkano

sato

ngome

larkansiel

upinde wa mvua

sanpinion

uyoga

palmie

mtende

moutik

mbu

mous

kuruka

fourmi

chungu

abey

nyuki

zarenie

buibui

koksinel

mende

grenouy

chura

ekirey

kuchakuro

erison

nungunungu

lapin

sungura

ibou

bundi

zwazo

ndege

sign

swan

sangliye

nguruwe mwitu

serf

kulungu

elan

aina ya kongoni

dam

bwawa

eolienn

tabo ya upepo

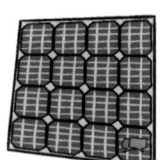

pano soler

nishaji ya jua

klima

hali ya hewa

restoran
mgahawa

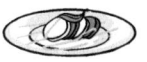

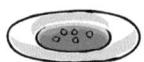

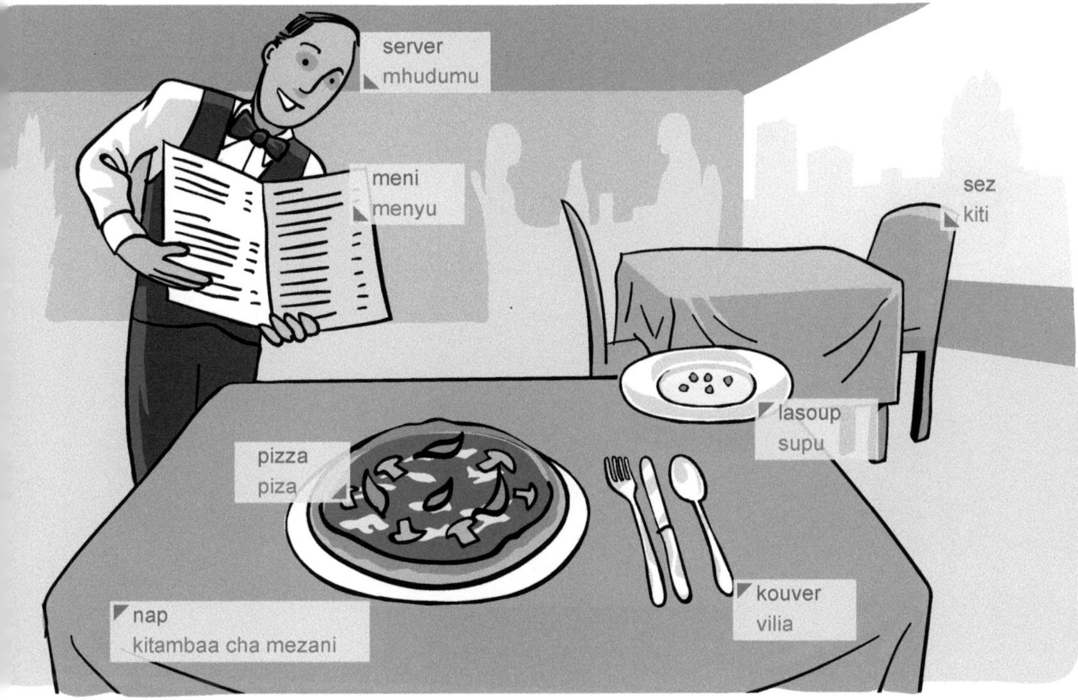
server
mhudumu
meni
menyu
sez
kiti
lasoup
supu
pizza
piza
nap
kitambaa cha mezani
kouver
vilia

lantre

kiamsha hamu

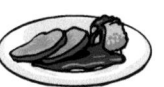

pla prinsipal

kozi kuu

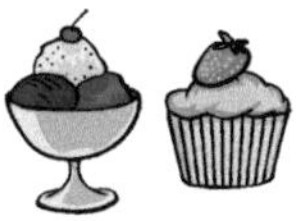

deser

kitindamlo

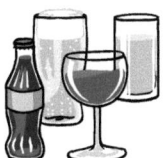

labwason

vinywaji

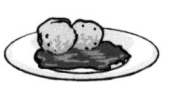

manze

chakula

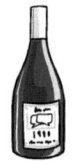

boutey

chupa

fast food

chakula cha haraka

take-away

Streetfood

teyer

buli

po disik

kisanduku cha sukari

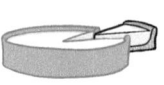

porsion

sehemu

masinn expresso

mashine ya espresso

sez-ot

kiti kirefu

bill

muswada

plato

trei

kouto

kisu

fourset

uma

kwiyer

kijiko

ti-kwiyer

kijiko cha chai

serviet

nepi

ver

glasi

lasiet

sahani

lasiet

sahani ya supu

soukoup

sufuria

lasos

mchuzi

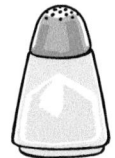

po disel

kichanyaji chumvi

moulin dipwav

kinu cha pilipili

vineg

siki

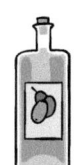

delwil

mafuta

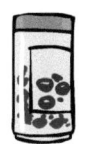

zepis

viungo

ketchup

kechapu

lamoutard

haradali

mayonez

kachumbari nzito

sipermarse
dukakuu

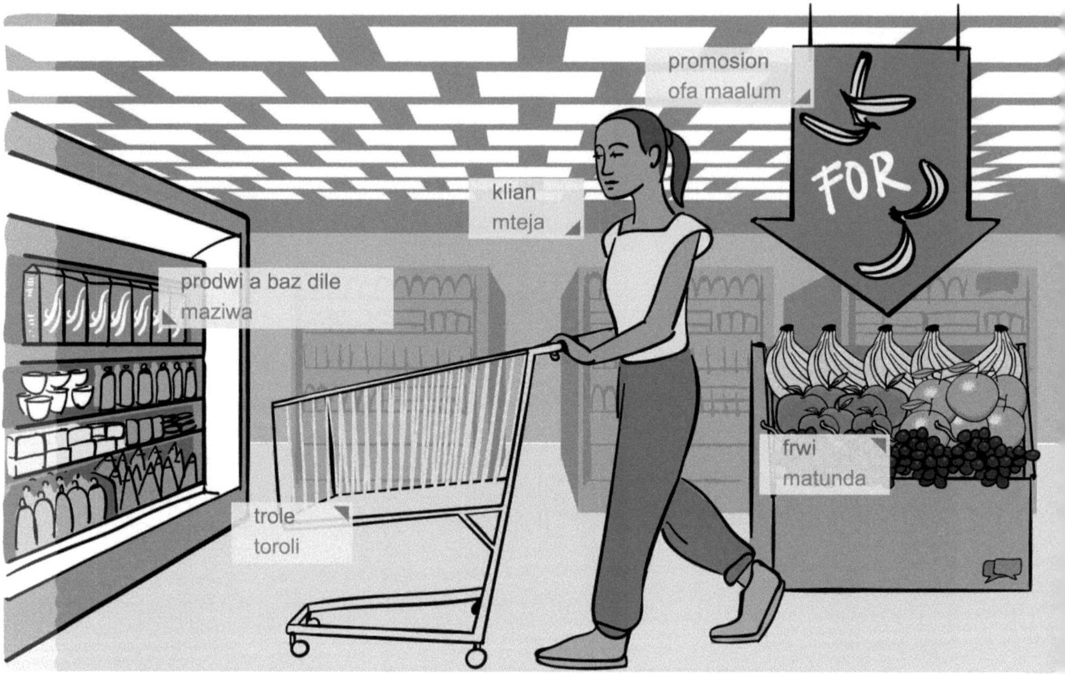

promosion
ofa maalum
FOR
klian
mteja
prodwi a baz dile
maziwa
frwi
matunda
trole
toroli

BUTCHERS

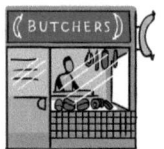

bousri
mchinjaji

BAKERY

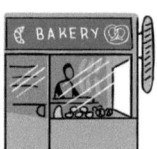

boulanzri
mwokaji

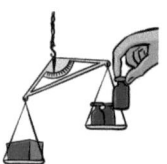

peze
uzito

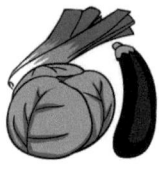

legim
mboga

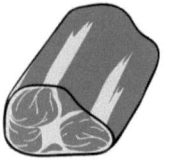

laviann
nyama

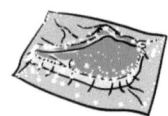

aliman konzele
chakula waliohifadhiwa

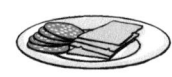

sarkitri

vipande vya nyama baridi

bwat konserv

chakula cha kopo

lapoud masinn

sabuni ya unga

bonbon

pipi

komision

bidhaa za kaya

deterzan

bidhaa za kusafisha

vandez

mtu mauzo

lakes

mpaka

kesie

keshia

lalis komision

orodha ya manunuzi

ouvertir

masaa ya ufunguzi

portfey

mkoba

kart kredi

kadi

sak

mfuko

sak plastik

mfuko wa plastiki

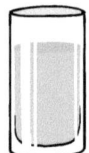

delo

maji

zi

sharubati

dile

maziwa

coca

coke

divin

mvinyo

labier

bia

lalkol

pombe

sokola so

kakao

dite

chai

kafe

kahawa

expresso

spreso

cappuccino

kapuchino

banann

ndizi

pom

tufaha

zoranz

machungwa

melon

tikiti

sitron

lemon

karot

karoti

lay

kitunguu saumu

banbou

mianzi

zwayon

kitunguu

sanpiyon

uyoga

nwazet

karanga

minn

nudo

spageti

spageti

diri

mpunga

salad

saladi

chips

vibanzi

pomdeter frir

viazi vya kukaanga

pizza

piza

burger

hambaga

sandwich

sandwichi

eskalop

kipande

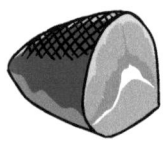

zanbon

paja la mnyama

salami

salami

sosis

soseji

poul

kuku

roti

choma

pwason

samaki

oatmeal

oats ya uji

muesli

muesli

kornbif

cornflakes

lafarinn

unga

krwasan

kroisanti

ti-dipin

andazi

dipin

mkate

dipin griye

mkate wa kubanika

biskwi

biskuti

diber

siagi

fromaz blan

maziwa mgando

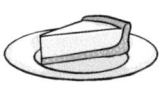

gato

keki

dizef

yai

dizef frir

yai kukaanga

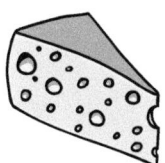

fromaz

jibini

sorbe

aiskrimu

disik

sukari

dimiel

asali

konfitir

jemu

nouga

kuenea kwa chokoleti

kari

mchuzi wa viungo

laferm
shamba

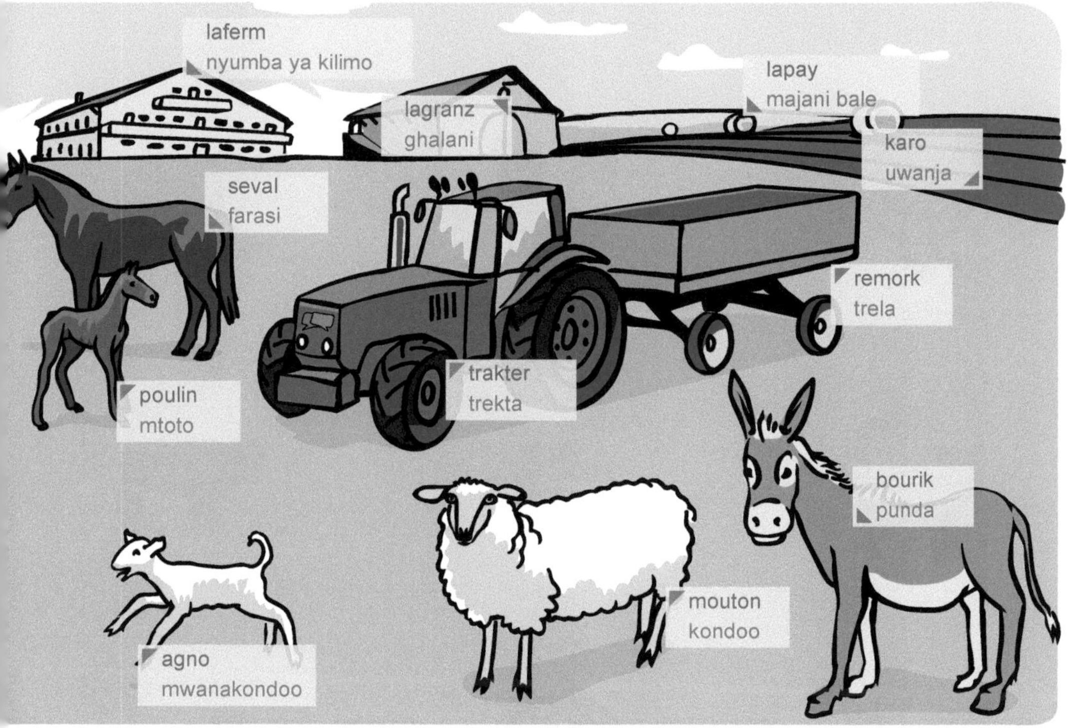

laferm
nyumba ya kilimo
lagranz
ghalani
lapay
majani bale
karo
uwanja
seval
farasi
remork
trela
trakter
trekta
poulin
mtoto
bourik
punda
mouton
kondoo
agno
mwanakondoo

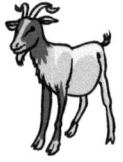

kabri
mbuzi

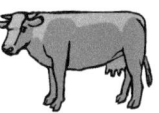

vas
ng'ombe

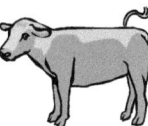

vo
ndama

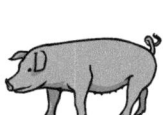

koson
nguruwe

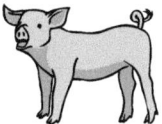

ti-koson
mwananguruwe

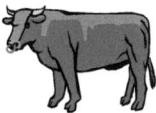

toro
fahali

lezwa

batabukini

kanar

bata

pousin

kifaranga

poul

kuku

kok

jogoo

lera

panya

sat

paka

souri

panya

bef

ng'ombe

lisien

mbwa

lakaz lisien

nyumba ya mbwa

tiyo

bomba la bustani

arozwar

debe la kumwagilia maji

laserp

fyekeo

saret

kulima

fosi

mundu

pios

jembe

fours

uma wa nyasi

lars

shoka

bouret

toroli

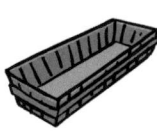

kiv

kupitia nyimbo

bwat dile

chombo cha maziwa

sak

gunia

fencing

ua

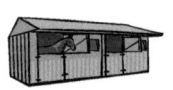

letab

imara

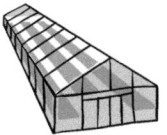

laser

chafu

later

udongo

lagrin

mbegu

langre

mbolea

masinn pou fer rekolt

kivunaji

rekolte
....
mavuno

rekolt
....
mavuno

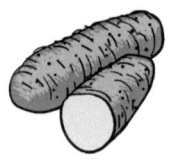

ignam
....
viazi vikuu

dible
....
ngano

soya
....
soya

pomdeter
....
viazi

may
....
mahindi

colza
....
rapa

zarb frwitie
....
mti wa matunda

maniok
....
muhogo

sereal
....
nafaka

lakaz
nyumba

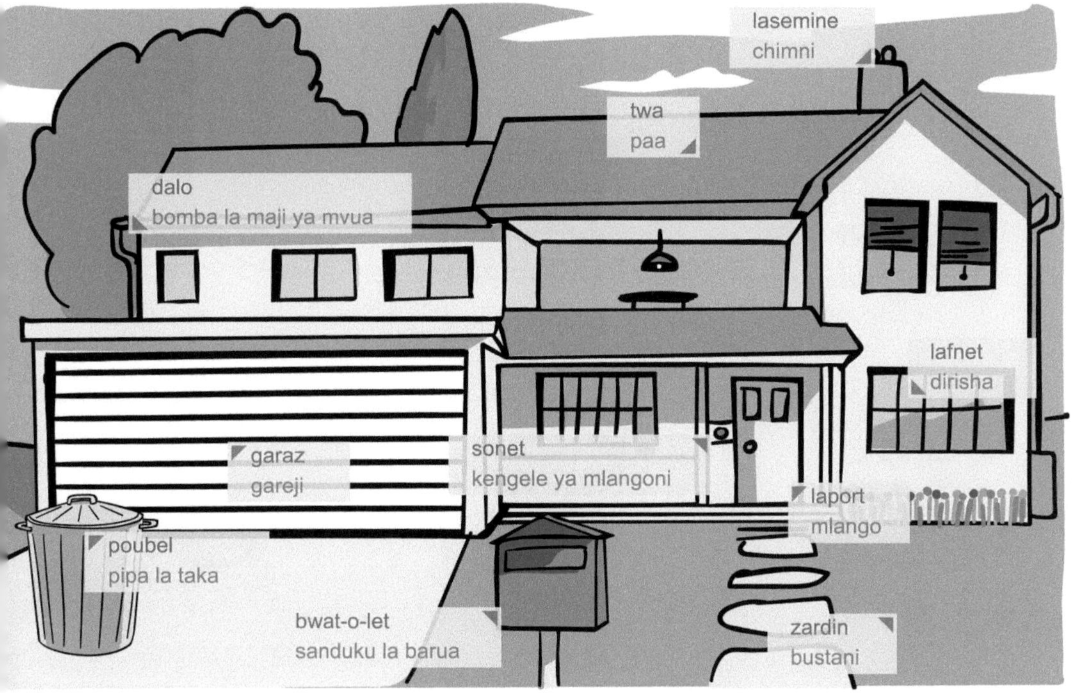
lasemine
chimni
twa
paa
dalo
bomba la maji ya mvua
lafnet
dirisha
garaz
gareji
sonet
kengele ya mlangoni
laport
mlango
poubel
pipa la taka
bwat-o-let
sanduku la barua
zardin
bustani

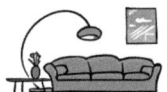

salon
sebuleni

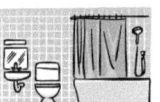

saldebin
bafu

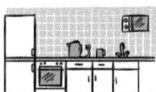

lakwizinn
jikoni

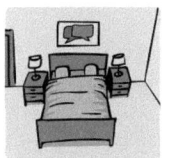

lasam
chumba cha kulala

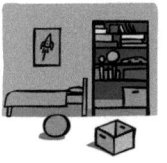

lasam zanfan
chumba ya mtoto

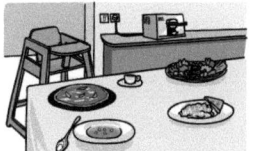

salamanze
chumba cha kulia

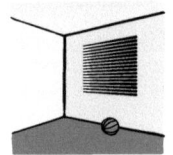

sali
sakafu

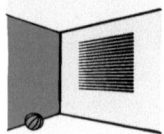

miray
ukuta

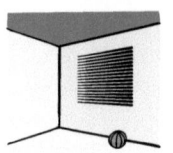

plafon
dari

lakav
pishi

sona
sauna

balkon
roshani

teras
mtaro

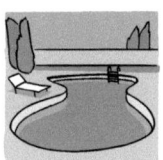

pisinn
kidimbwi

masinn koup gazon
mashine ya kukata nyasi

dra
karatasi

kwet
kitambaa cha kupamba
kitanda

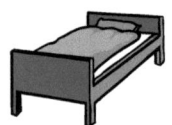

lili
kitanda

balie
ufagio

seo
ndoo

take lalimier
kubadili

salon
sebuleni

papie-pin
mandhari
foto
picha
lalamp
taa
letazer
rafu
larmwar
kabati
televizion
televisheni/runinga
lasemine
mekoni
fler
ua
kousin
mto
sofa
sofa
vaz
chombo cha maua
rimot-kontrol
kitenzambali

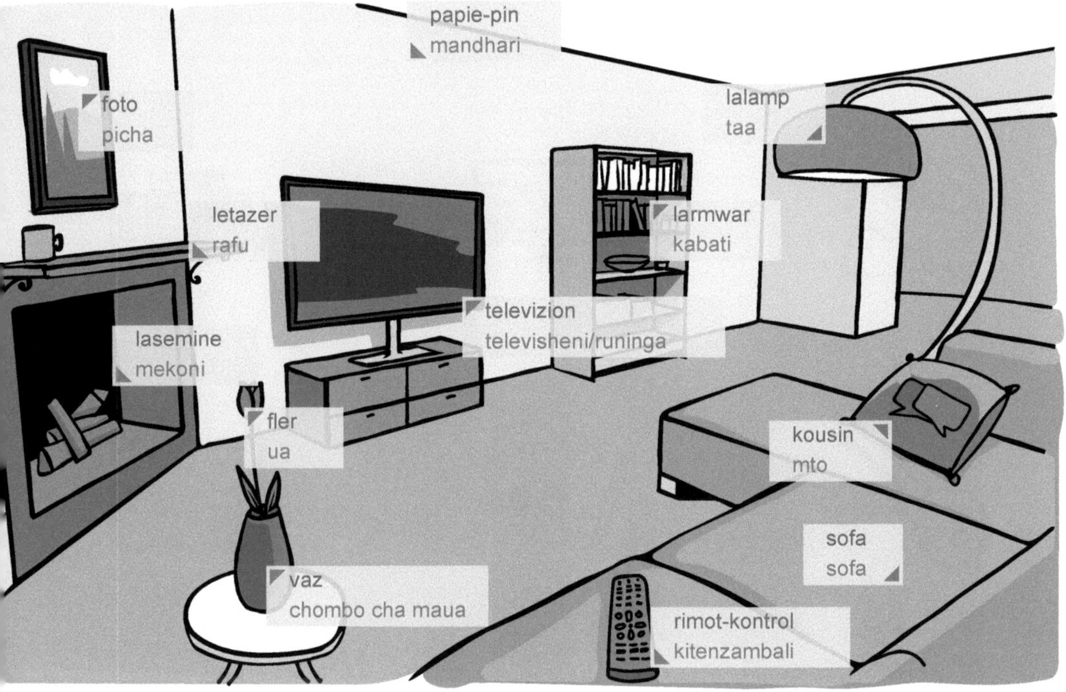

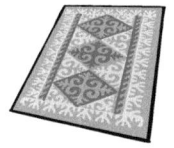

tapi

zulia

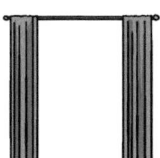

rido

pazia

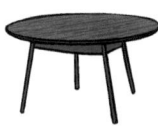

latab

meza

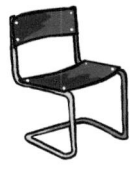

sez

kiti

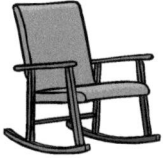

rocking chair

kiti cha bembea

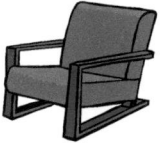

fotey

armchair

liv
kitabu

kouvertir
blanketi

dekorasion
mapambo

dibwa foye
kuni

fim
filamu

hi-fi
kifaa cha hi-fi

lakle
ufunguo

zournal
gazeti

lapintir
uchoraji

poster
bango

radio
redio

bloknot
daftari

laspirater
kifyonza

kaktis
dungusi kakati

labouzi
mshumaa

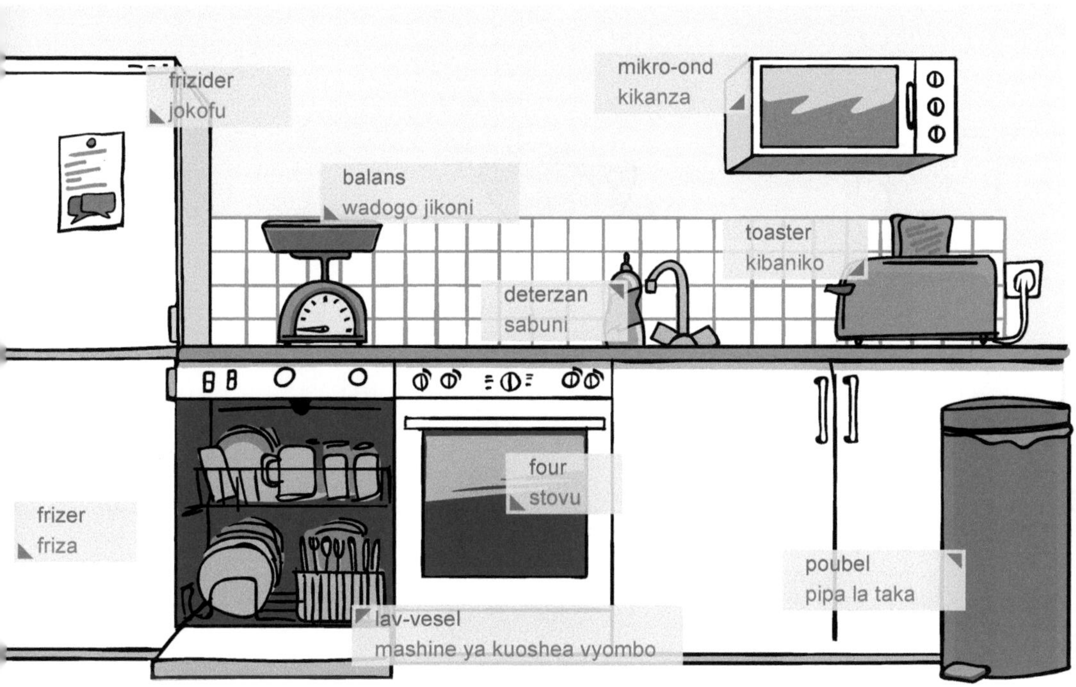

frizider
jokofu

mikro-ond
kikanza

balans
wadogo jikoni

toaster
kibaniko

deterzan
sabuni

frizer
friza

four
stovu

poubel
pipa la taka

lav-vesel
mashine ya kuoshea vyombo

four
jiko la kupika

kasrol
chungu

marmit
sufuria ya chuma

wok
wok / kadai

pwal
kaango

boulwar
birika

steamer

stima

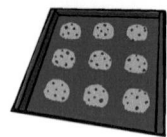

plak kwison

sinia ya kuoka

vesel

vyombo vya udongo

goble

kombe

bol

bakuli

baget sinwa

vijiti vya kulia

lous

ukawa

spatil

mwiko mpana

fwet

burashi

paswar

kichujio

tami

chujio

larap

mbuzi

mortie

chokaa

griyad

barbeque

lasemine

moto wazi

biyo

ubao wa majaribio

roulo

kijiti cha kusukuma unga

tirbouson

kizibuo

bwat konserv

kopo

ouvbwat

inaweza kopo

legan proteksion

kishikio cha chungu

lavabo

karo

bros

brashi

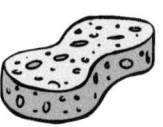

leponz

sifongo

blender

kisagaji matunda

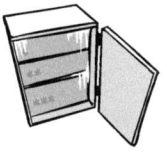

konzelater

friji ya kina

bibron

chupa ya mtoto

robine

bomba

saldebin

bafu

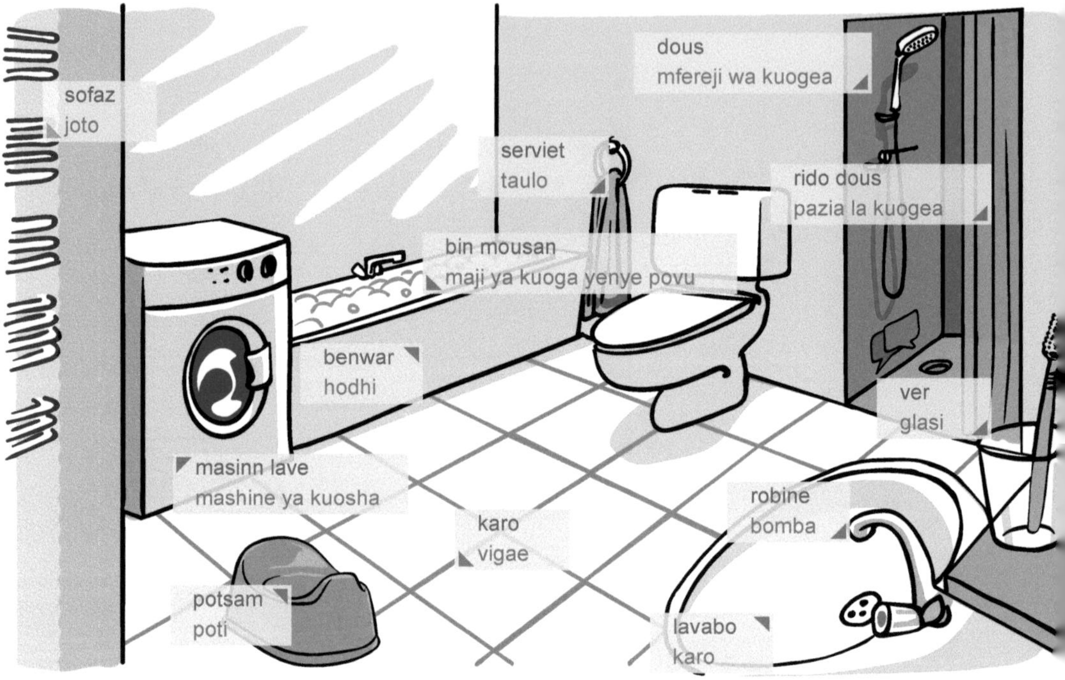

sofaz
joto
dous
mfereji wa kuogea
serviet
taulo
rido dous
pazia la kuogea
bin mousan
maji ya kuoga yenye povu
benwar
hodhi
ver
glasi
masinn lave
mashine ya kuosha
robine
bomba
karo
vigae
potsam
poti
lavabo
karo

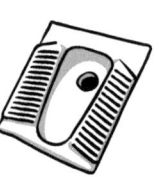

twalet

choo

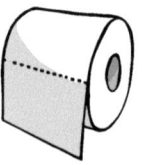

twalet

choo cha squat

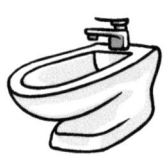

bide

beseni la mviringo

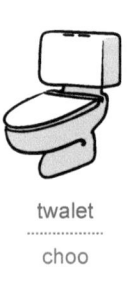

piswar

choo cha umma

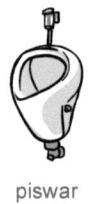

papie twalet

shashi

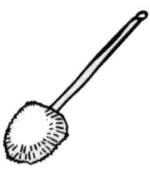

bros twalet

brashi ya choo

bros ledan
mswaki

dantifris
dawa ya meno

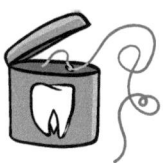

fil danter
dawa ya meno

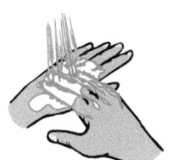

lave
safisha

ti-bin
kuoga mkono

dous
msukumo wa maji

basin
bonde

bros ledo
mpako wa pili

savon
sabuni

zel dous
jeli ya kuogea

sanpwin
shampuu

gandebin
flana

drin
toa maji

lakrem
krimu

deodoran
kiondoa harufu

mirwar

kioo

mirwar

kioo mkono

razwar

kinyozi

lamous pou raze

povu la kunyoa

apre-razaz

baada ya kunyoa

pengn

kichana

bros

brashi

seswar

kikausha nywele

lak

marashi ya nyewele

makiyaz

vipodozi

dirouz

kidomwa

verni

varnish ya msumari

cotton wool

pamba

tay-zong

mkasi wa kucha

parfin

manukato

trous twalet

mkoba wa kuosha

stoul

kinyesi

balans

mizani

penwar

nguo ya kuoga

legan netwayaz

glavu za mpira

tanpon

kisodo

serviet izienik

sodo

twalet simik

kemikali choo

lasam zanfan
chumba ya mtoto

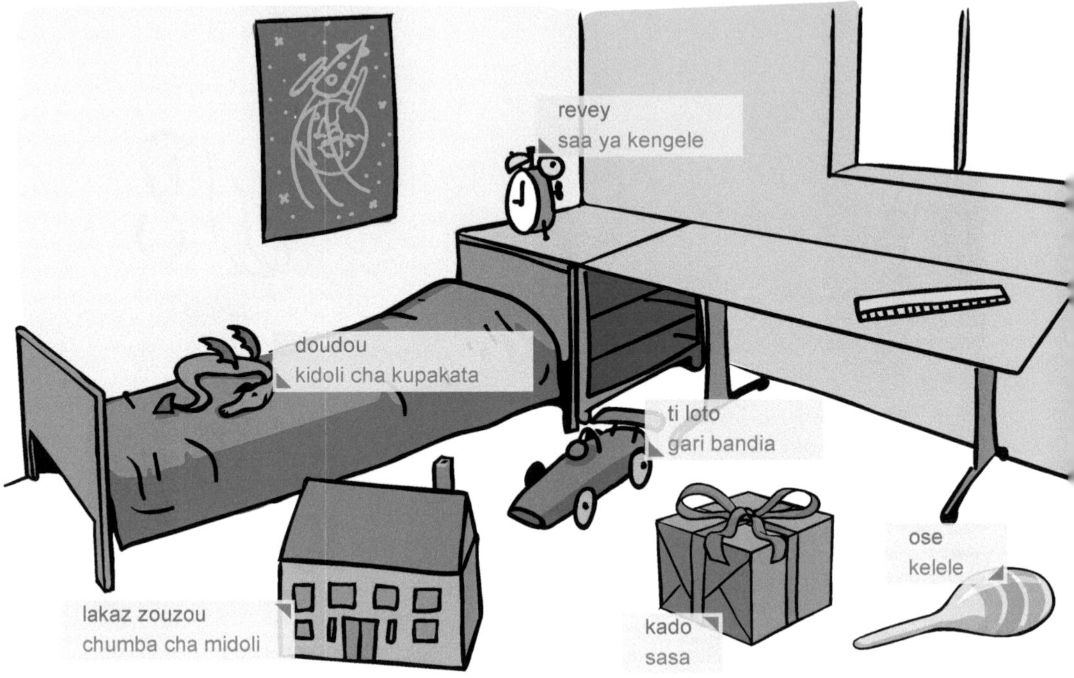

revey
saa ya kengele
doudou
kidoli cha kupakata
ti loto
gari bandia
ose
kelele
kado
sasa
lakaz zouzou
chumba cha midoli

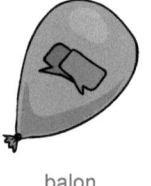

balon

baluni

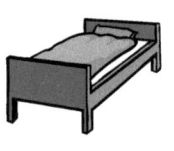

lili

kitanda

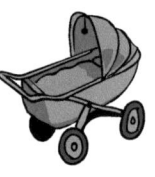

pouset

mashua

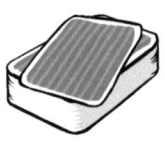

kart

staha ya kadi

puzzle

mchezo-fumb

SUPER
MEGA

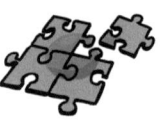

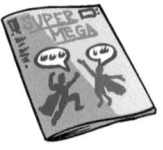

tikomik

vichekesho

lego

matofali lego

lego

vitalu mwigo

figirinn

hatua takwimu

grenouyer

suti ya kulalia

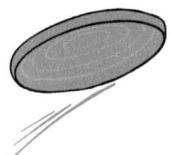

frisbee

kisahani

mobil

simu

zwe

ubao wa michezo

lede

kete

trin zouzou

garimoshi mwigo

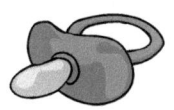

siset

dummy

fet

chama

liv ek zimaz

picha kitabu

boul

mpira

poupet

kikaragosi

zwe

kucheza

bak-a-sab

shimo la mchanga

balanswar

bembea

zouzou

vitu bandia

game

kiweko cha video ya mchezo

trisik

baiskeli ya magurudumu

nounours

mwanasesere

matatu

larmwar

kabati

soset

soksi

leba

stokingi

kolan

kibano

esarp
skafu

parapli
mwavuli

t-shirt
fulana

sintir
ukanda

bot
viatu

pantouf
ndara

tenis
wakufunzi

sandalet

malapa

soulie

viatu

bot an karotsou

mabuti ya mpira

souvetman

suruali ya ndani

soutiengorz

sidiria

vest

fulana

body

mwili

pantalon

suruali

jeans

dangirizi

zip

sketi

blouz

blauzi

simiz

shati

pull-over

vuta

blouzon ek kapison

sweta

vest

bleza

jaket

jaketi

manto

koti

pardesi

koti la mvua

kostim

maleba

rob

gauni

rob lamarye

mavazi ya harusi

kostim
suti

robdesam
vazi la usiku

pizama
pajama

sari
sari

foular
skafu

tirban
kilemba

bourka
burka

kaftan
kaftan

abaya
abaya

mayo de bin
vazi la kuogelea

mayo de bin
vazi la kiume la kuogelea

sorti de sekour
kaptura

linz spor
teitei

tabliye
aproni

legan
glavu

bouton

kifungo

linet

glasi

brasle

bangili

kolie

mkufu

bag

pete

zanon

herini

bone

kofia

sint

kiango cha koti

sapo

kofia

kravat

tai

fermetirekler

zipu

elmet

kofia

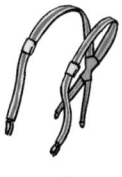

bretel

kanda za suruali

iniform lekol

sare za shule

iniform

sare

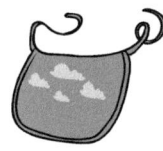

bavwar

bibu

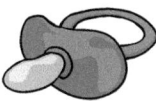

siset

dummy

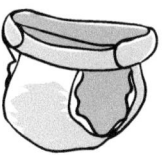

lanz

nepi

biro

ofisi

server
seva
larmwar arsiv
kabati la kuweka faili
printer
kichapishaji
papie
karatasi
lekran
kiwambo
mouse
kipanya
biro
dawati
klaser
folda
klavie
kibodi
cha kuweka karatasi chafu
ordinater
kompyuta
sez
kiti

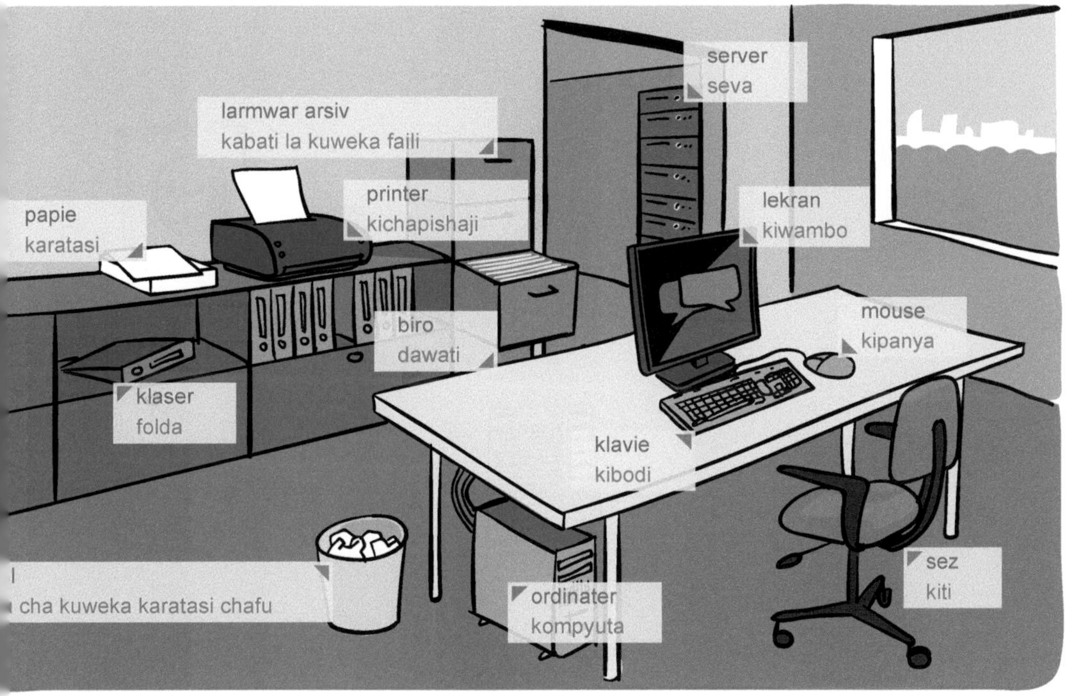

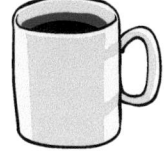

mug

kmobe la kahawa

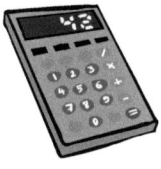

kalkilatris

kikokotoo

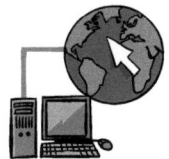

internet

biashara

laptop

mbali

let

barua

mesaz

ujumbe

portab

rununu

rezo

intaneti

fotokopi

fotokopia

lozisiel

programu

telefonn

simu

priz

soketi

fax

kipepesi

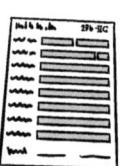

form

fomu

dokiman

hati

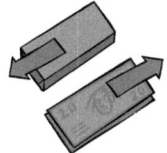

aste

kununua

peye

kulipa

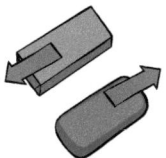

fer biznes

biashara

larzan

fedha

dolar

dola

euro

yuro

yen

yeni

rouble

rouble

fran swis

faranga ya Uswisi

renminbi yuan

renminbi yuan

roupi

rupia

distribiter biye

eneo la kulipia

biro sanz

ofisi ya ubadilishanaji

lor

dhahabu

larzan

fedha

petrol

mafuta

lenerzi

nishati

pri

bei

kontra

mkataba

tax

kodi

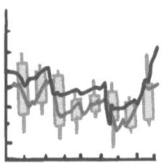

aksion

bidhaa

travay

kazi

anplwaye

mfanyakazi

anplwayer

mwajiri

lizinn

kiwanda

magazin

duka

travay

kazi

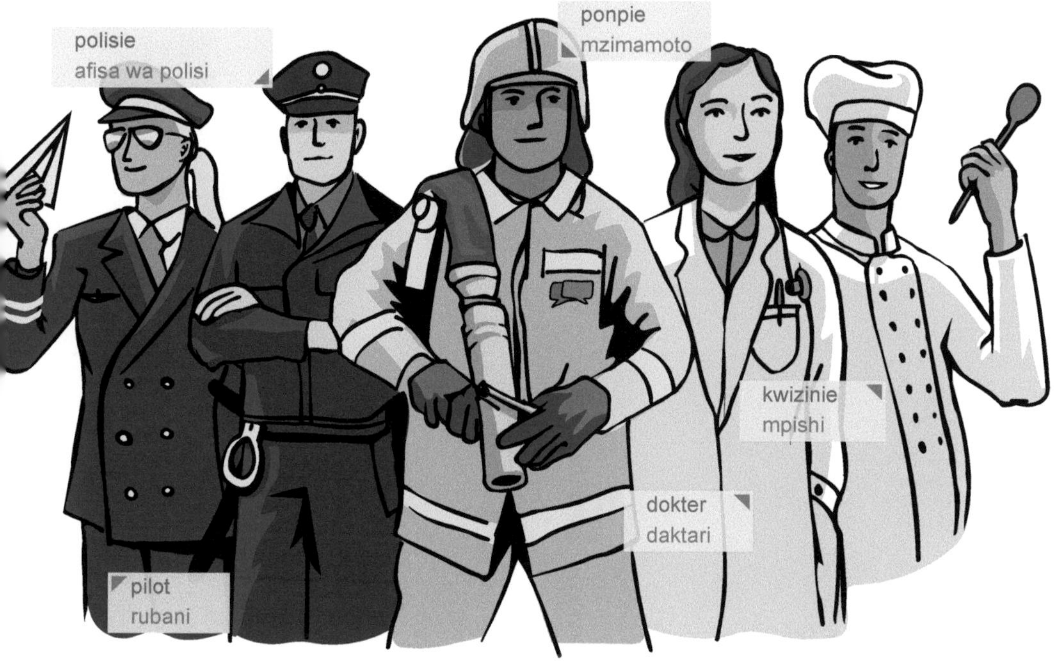

polisie
afisa wa polisi
ponpie
mzimamoto
kwizinie
mpishi
dokter
daktari
pilot
rubani

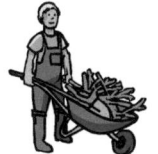

zardinie

mtunza bustani

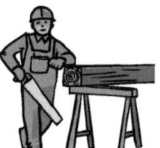

sarpantie

seremala

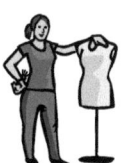

koutirier

mshonaji

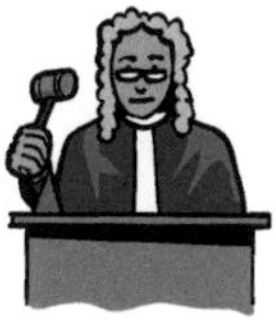

ziz

hakimu

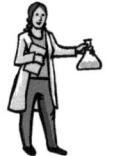

simis

mwanakemia

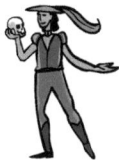

akter

muigizaji

sofer bis

dereva wa basi

sofer taxi

dereva wa teksi

peser

mvuvi

bonn

mwanamke wa kusafisha

zouvriye twa lakaz

mwezekaji

server

mhudumu

saser

mwindaji

pint

mchoraji

boulanze

mwokaji

elektrisien

umeme

zouvriye

mjenzi

inzenier

mhandisi

bouse

mchinjaji

plonbie

fundi bomba

fakter

mwanaposta

solda
mwanajeshi

arsitek
msanifu majengo

kesie
keshia

fleris
muuza maua

kwafez
msusi

chek
kondakta

mekanisien
mekanika

kapitenn
nahodha

dantis
daktari wa meno

siantis
mwanasayansi

rabi
rabbi

imam
imamu

mwann
mtawa

pret
kasisi

zouti
zana

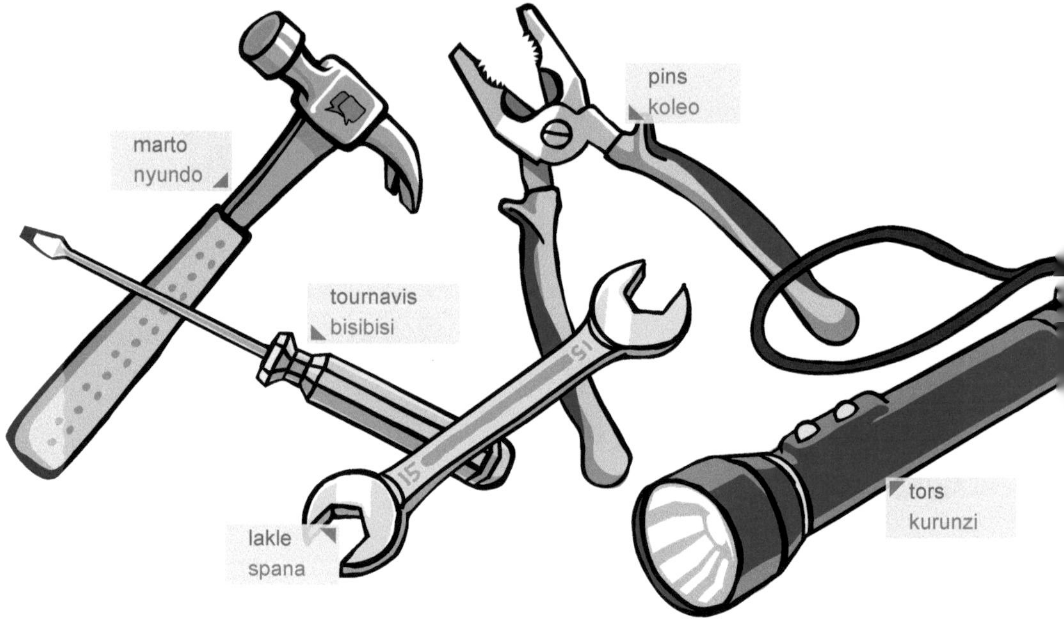
marto
nyundo
pins
koleo
tournavis
bisibisi
lakle
spana
tors
kurunzi

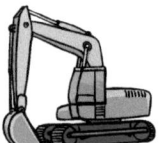

peltez
mchimbaji

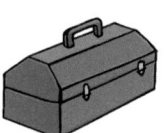

bwat zouti
sanduku la vifaa

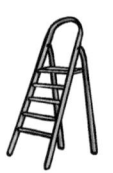

lesel
ngazi

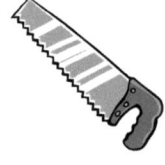

lasi
msumeno

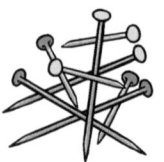

koulou
misumari

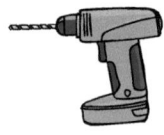

persez
kuchimba visima

aranze
kukarabati

lapel
sepetu

Ayo!
Lo!

lapel
kishikio cha uchafu

po lapintir
chungu cha rangi

vis
skurubu

instriman lamizik
ala za muziki

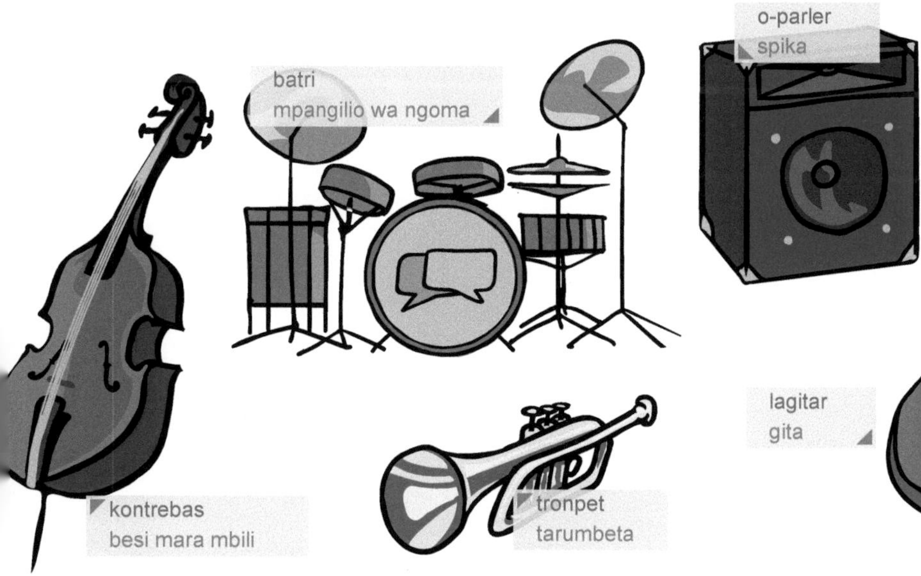

batri
mpangilio wa ngoma

o-parler
spika

lagitar
gita

kontrebas
besi mara mbili

tronpet
tarumbeta

piano
piano

violon
fidla

bas
ubeji

tinbal
timpani

tanbour
ngoma

klavie
kibodi

saxofonn
saksafoni

laflit
filimbi

mikro
maikrofoni

ZOO
bustani ya wanyama

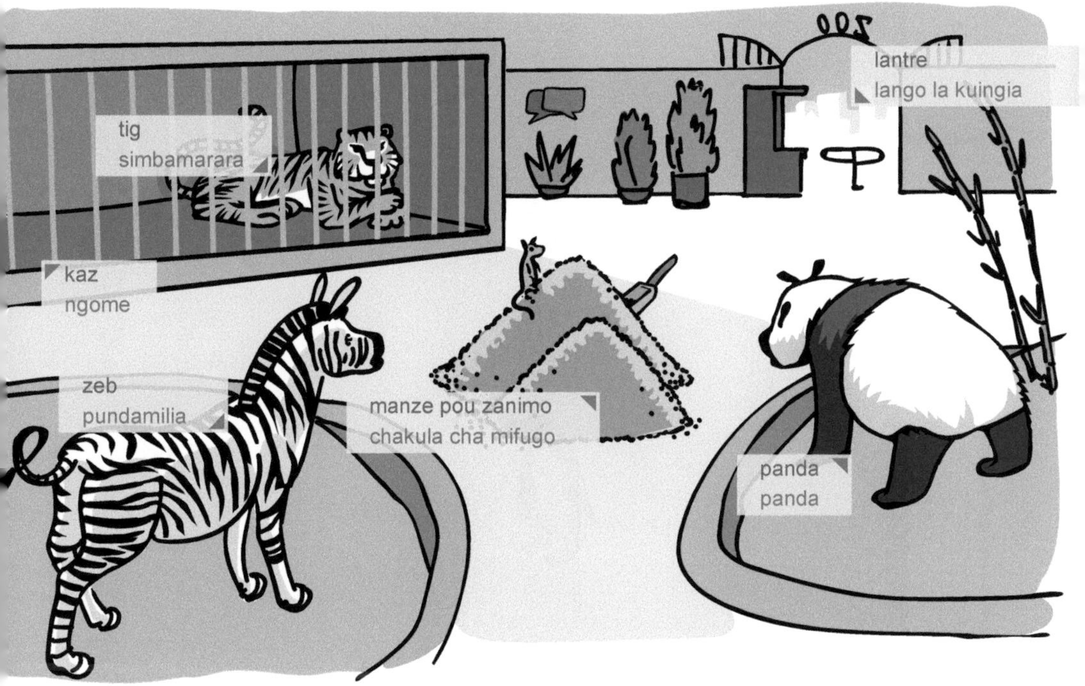
zoo
lantre
lango la kuingia
tig
simbamarara
kaz
ngome
zeb
pundamilia
manze pou zanimo
chakula cha mifugo
panda
panda

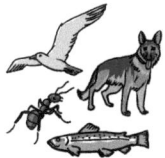

zanimo
wanyama

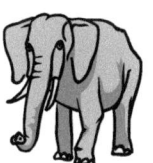

lelefan
tembo

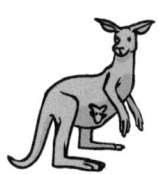

kangourou
kangaruu

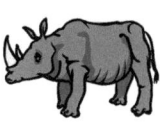

rinoceros
kifaru

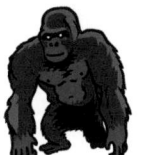

gori
sokwe

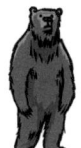

lours
dubu

samo

ngamia

lotris

mbuni

lion

simba

zako

tumbili

flaman roz

heroe

peroke

kasuku

lours poler

dubu

pingwi

penguini

rekin

papa

pan

tausi

serpan

nyoka

krokodil

mamba

gardien zoo

mtunza wanyama

fok

muhuri

zagwar

jaguar

poney

mwanafarasi

leopar

chui

ipopotam

kiboko

ziraf

twiga

leg

tai

sangliye

nguruwe mwitu

pwason

samaki

torti

kobe

mors

sili

renar

mbweha

gazel

paa

foutborl ameriken
soka ya marekani

siklism
uendeshaji baiskeli

tenis
tenisi

basketball
mpira wa kikapu

natasion
kuogelea

labox
ndondi

oke lor gazon
magongo ya barafuni

foutborl
soka

badminton
vinyoya

atletism
riadha

handball
mpira wa mikono

ski
skii

polo
polo

aktivite
shughuli

riye
cheka
sote
kuruka
maye
kumbatia
marse
kutembea
sante
kuimba
reve
ota ndoto
priye
kuomba
anbrase
busu

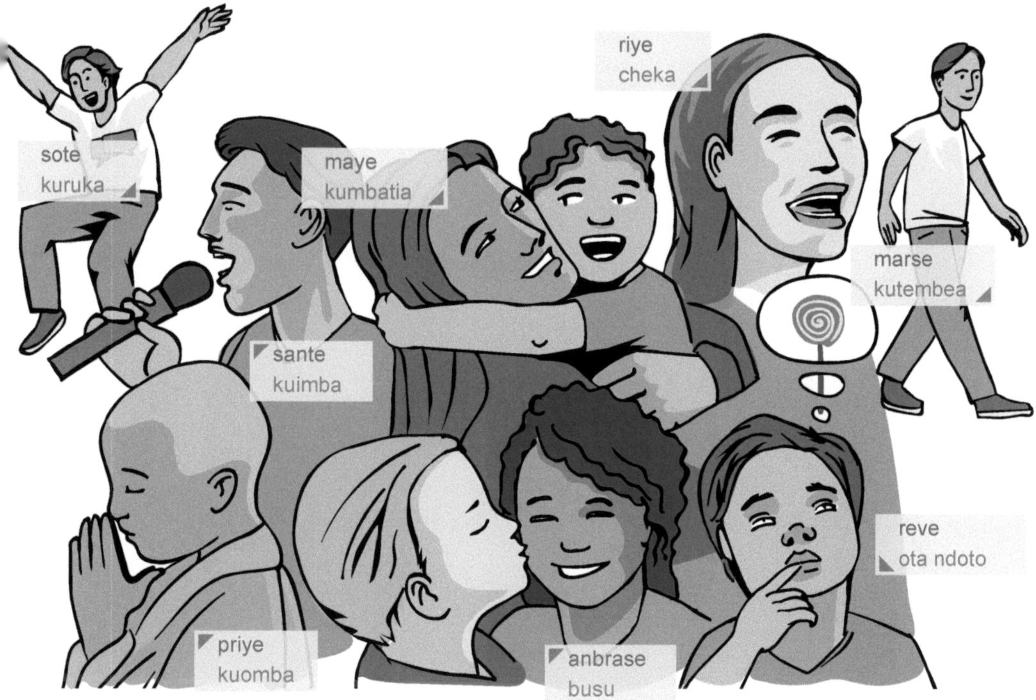

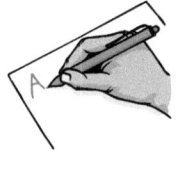

ekrir

kuandika

desine

kuteka

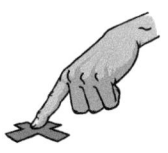

montre

angalia

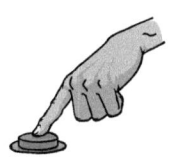

pouse

sukuma

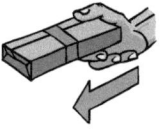

done

kutoa

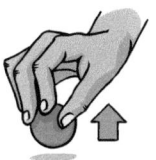

pran

kuchukua

ena
kuwa

fer
fanya

ete
kuwa

diboute
kusimama

galoupe
kukimbia

rise
vuta

zete
kutupa

tonbe
kuanguka

alonze
hadaa

atann
kusubiri

amene
kubeba

asize
kukaa

abiye
vaa nguo

dormi
usingizi

leve
kuamka

gete

kuangalia

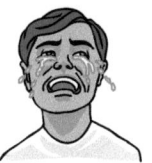

plore

lia

karese

kiharusi

pengne

chana nywele

koze

ongea

konpran

kuelewa

dimande

kuuliza

ekoute

kusikiliza

bwar

kunywa

manze

kula

netwaye

nadhifisha

kontan

upendo

kwi

mpishi

kondir

gari

anvole

kuruka

fer lavwal

meli

kalkile

kokotoa

lir

kusoma

aprann

kujifunza

travay

kazi

marye

kuoa

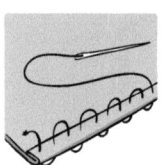

koud

kushona

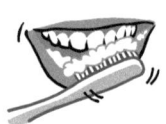

bros ledan

piga mswaki

touye

kuua

fime

moshi

avoye

kutuma

granmer
bibi

granper
babu

papa
baba

mama
mama

ti-baba
mtoto

tifi
binti

garson
bin

ot

mgeni

matant

shangazi

tonton

mjomba

frer

kaka

ser

dada

lekor

mwili

fron
paji la uso
lizie
jicho
zepol
bega
ledwa
kidole
figir
uso
manton
kidevu
lame
mkono
lazam
mguu
tete
matiti
lebra
mkono

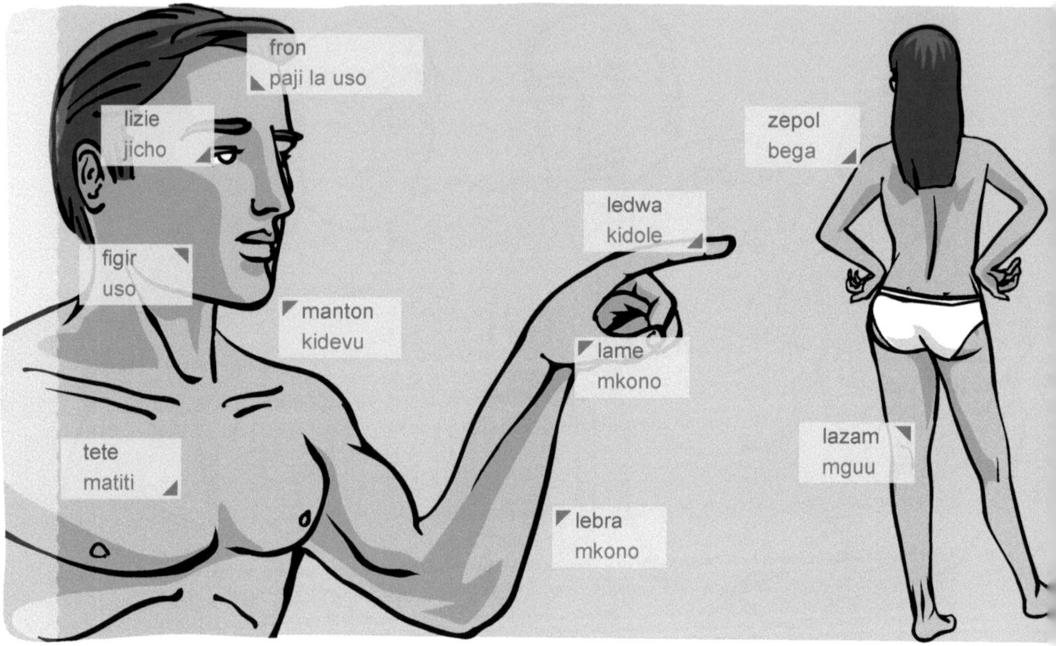

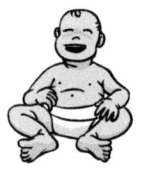

ti-baba

mtoto

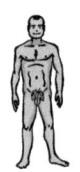

zom

mwanamume

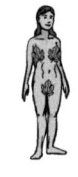

fam

mwanamke

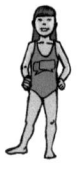

tifi

msichana

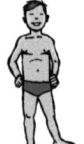

ti-garson

mvulana

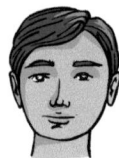

latet

kichwa

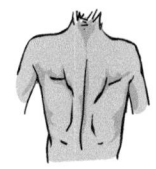

ledo
nyuma

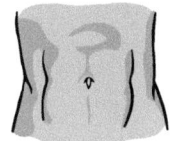

vant
tumbo

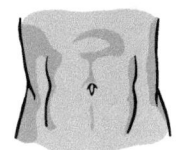

lonbri
kitovu

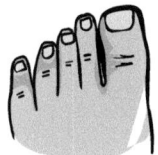

zortey
chano

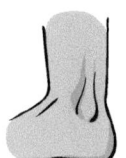

talon
kisigino

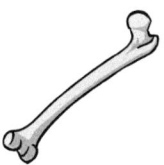

lezo
mfupa

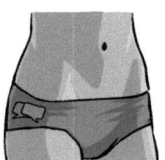

laans
nyonga

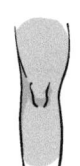

zenou
goti

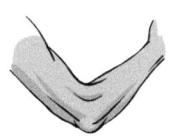

koud
kiwiko

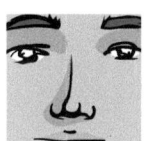

nene
pua

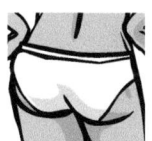

fes
chini

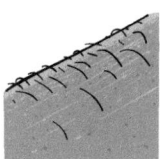

lapo
ngozi

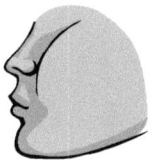

lazou
shavu

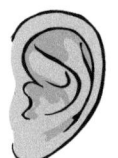

zorey
sikio

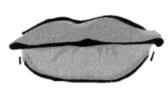

lalev
mdomo

labous
kinywa

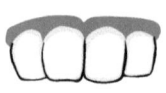

ledan
jino

lalang
ulimi

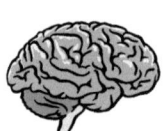

servo
ubongo

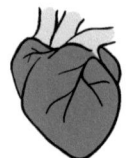

leker
moyo

mix
misuli

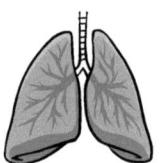

poumon
pafu

lefwa
ini

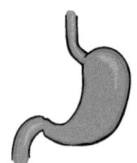

lestoma
tumbo

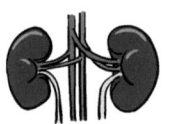

lerin
figo

sex
jinsia

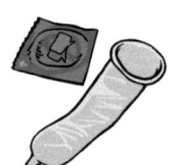

kapot
kondomu

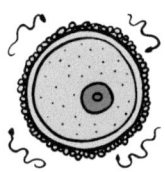

ovil
ovari

sperm
shahawa

groses
mimba

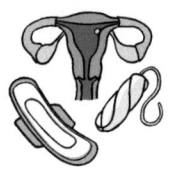

period

hedhi

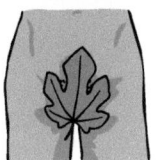

vazin

uke

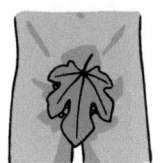

penis

uume

soursi

unyusi

seve

nywele

likou

shingo

lopital
hospitali

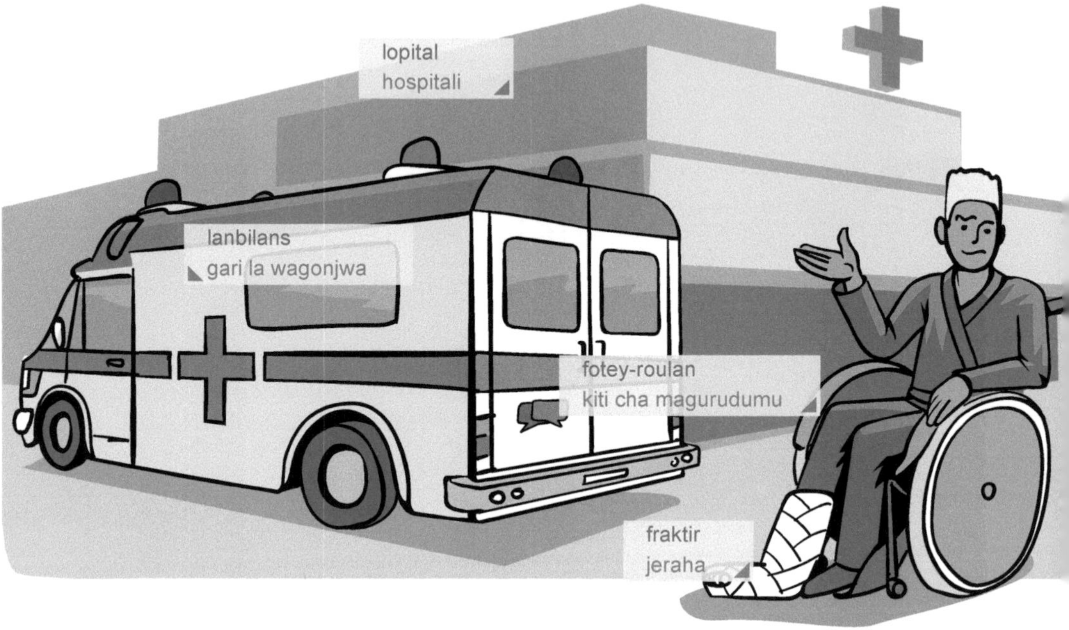

lopital
hospitali
lanbilans
gari la wagonjwa
fotey-roulan
kiti cha magurudumu
fraktir
jeraha

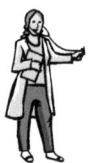

dokter

daktari

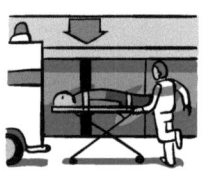

servis irzans

chumba cha dharura

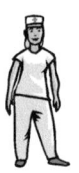

ners

muuguzi

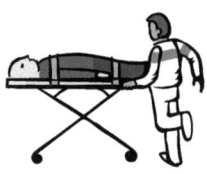

irzans

dharura

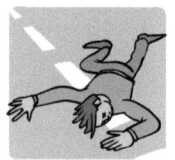

inkonsian

kupoteza fahamu

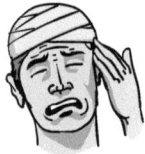

douler

maumivu

blesir

kuumia

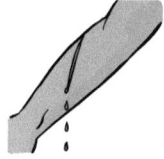

emorazi

kutokwa na damu

kriz kardiak

mshtuko wa moyo

atak serebral

kiharusi

alerzik

mzio

touse

kikohozi

lafiev

homa

lagrip

mafua

diare

kuharisha

malad latet

maumivu ya kichwa

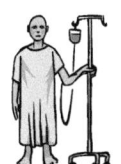

kanser

kansa

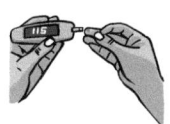

diabet

ugonjwa wa kisukari

sirirzien

daktari mpasuaji

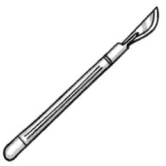

skalpel

kisu kidogo cha kupasulia

operasion

operesheni

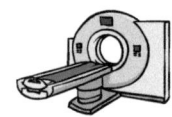

CT

picha changanufu ya mwili

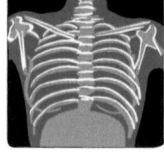

x-ray

Eksrei

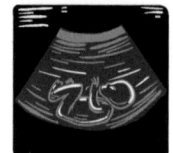

iltrason

mawimbi sauti

mask

barakoa ya uso

maladi

ugonjwa

sal-datant

chumba cha kusubiri

beki

mkongojo

pansman

plasta

bandaz

bendeji

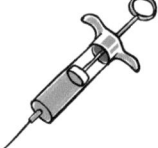

inzeksion

sindano

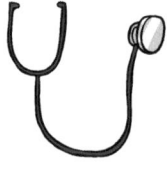

stetoskop

stetoskopu

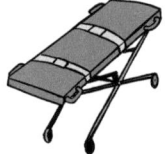

brankar

machela

termomet

kipimajoto cha kliniki

nesans

kuzaliwa

sirpwa

unene kupita kiasi

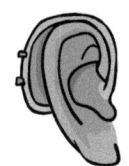

laparey oditif

kusikia misaada

dezinfektan

kipukusi

infeksion

maambukizi

viris

virusi

HIV / SIDA

VVU / UKIMWI

medsinn

dawa

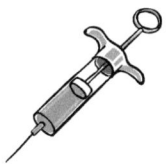

vaksinasion

chanjo

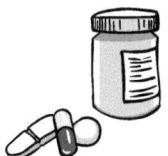

konprime

vidonge

pilil kontraseptif

kidonge

korl irzans

simu ya dharura

laparey tansion

haemodainamometa

malad / bien

mgonjwa / mwenye afya

o-sekour

Msaada!

atak

pigo

alarm

kengele

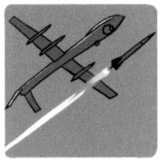

atak

shambulizi

danze

hatari

sorti de sekour

lango la dharura

Dife!

Moto!

aksidan

ajali

laponp dife

kizima moto

kit first aid

vifaa vya huduma ya
kwanza

SOS

wito wa msaada

lapolis

polisi

Ierop

Ulaya

Lamerik di nor

Amerika ya Kaskazini

Lamerik di sid

Amerika ya Kusini

Iafrik

Afrika

Iazi

Asia

Iostrali

Australia

Iatlantik

Atlantiki

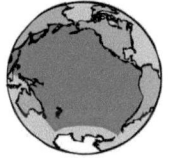

pasifik

Pasifiki

Iosean indien

Bahari ya Hindi

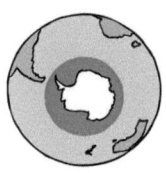

Iosean antartik

Bahari ya Antaktiki

Iosean artik

Bahari ya Aktiki

Pol Nor

Ncha ya Kaskazini

Pol Sid

Ncha ya Kusini

lantartik

Antaktika

later

dunia

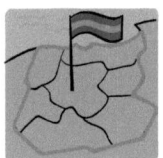

later

nchi

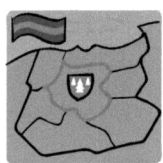

lamer

bahari

zil

kisiwa

nasion

taifa

leta

jimbo

kadran

uso wa saa

zegwi ler

akrabu ya saa

zegwi minit

akrabu ya dakika

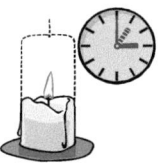

zegwi segonn

akrabu ya sekunde

ki ler la ?

Ni saa ngapi?

zour

siku

letan

wakati

aster-la

sasa

mont dizital

saa ya dijitali

minit

dakika

ler

saa

lasemenn
wiki

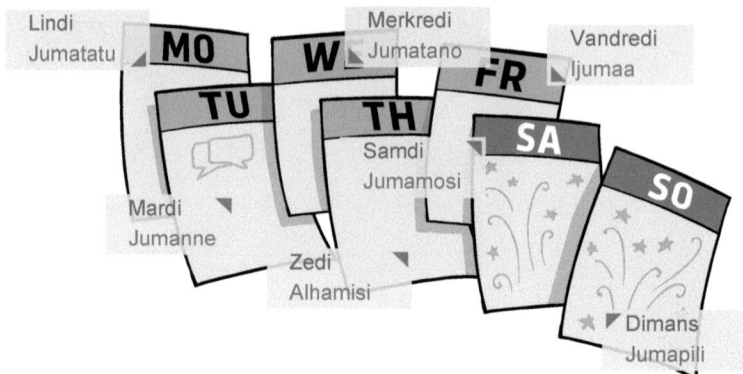

Lindi
Jumatatu

MO

TU

W

Mardi
Jumanne

TH

Merkredi
Jumatano

Samdi
Jumamosi

Zedi
Alhamisi

FR

Vandredi
Ijumaa

SA

SO

Dimans
Jumapili

yer
....
jana

zordi
....
leo

demin
....
kesho

gramatin
....
asubuhi

midi
....
saa sita mchana

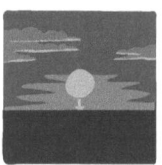

aswar
....
jioni

zour travay
....
siku za biashara

wikenn
....
mwishoni mwa wiki

lane
mwaka

lapli
mvua
larkansiel
upinde wa mvua
lanez
theluji
divan[
upepo
printan
majira ya machipuko
otonn
vuli
lete
kiangazi
liver
majira ya baridi

4.APRIL 11°
5.APRIL 4°
6.APRIL 13°
7.APRIL 8°
8.APRIL 10°

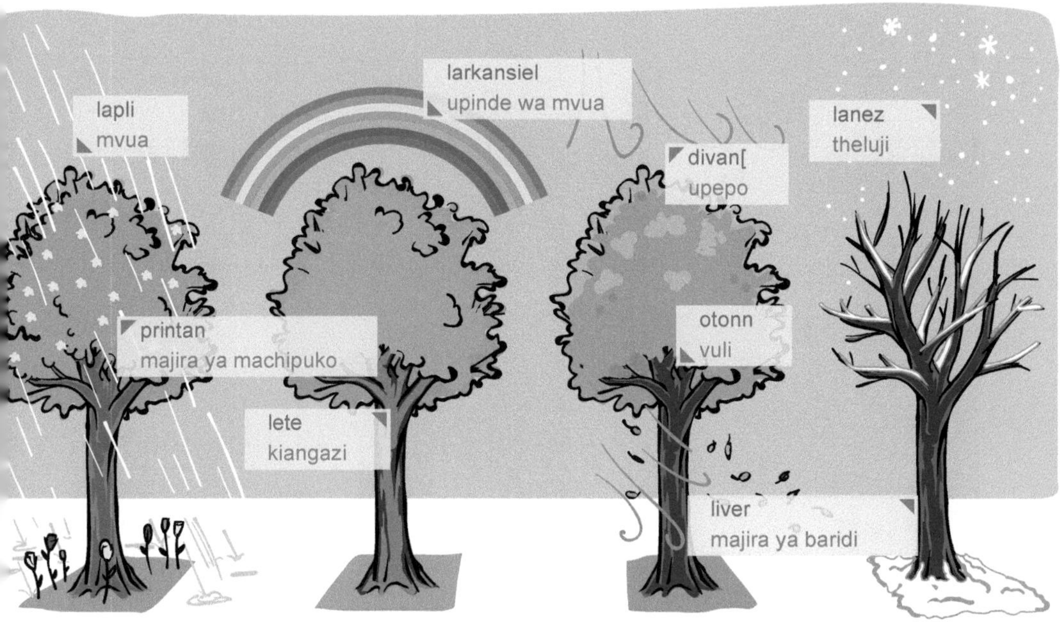

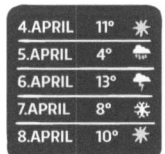

meteo

utabiri wa hali ya hewa

F C
120 90 60 30 0 -30
40 30 20 10 0 -10 -20

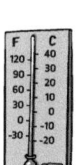

termomet

kipimajoto

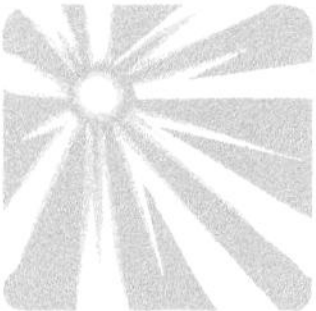

lalimier soley

mwanga wa jua

niaz

wingu

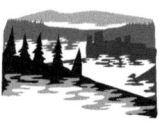

brouyar

ukungu

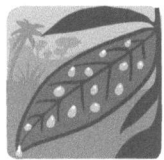

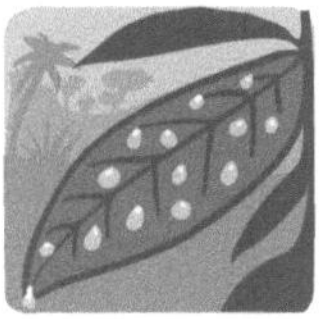

limidite

unyevu

lafoud

umeme

toner

radi

tanpet

dhoruba

lagrel

mvua ya mawe

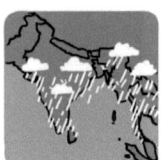

mouson

monsuni

inondasion

mafuriko

laglas

barafu

Zanvie

Januari

Fevriye

Februari

Mars

Machi

Avril

Aprili

Me

Mei

Zien

Juni

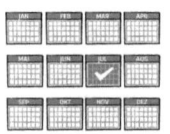

Zilie

Julai

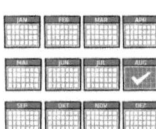

Out

Agosti

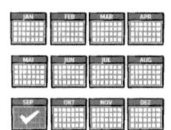

Septam
....
Septemba

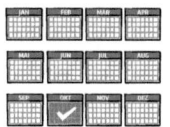

Oktob
....
Oktoba

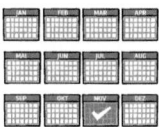

Novam
....
Novemba

Desam
....
Desemba

ron
....
mduara

kare
....
mraba

rektang
....
mstatili

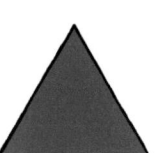

triang
....
pembetatu

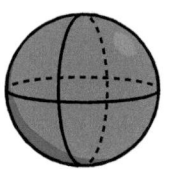

sfer
....
nyanja

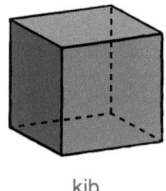

kib
....
mchemraba

blan

nyeupe

zonn

manjano

oranz

chungwa

roz

rangi ya waridi

rouz

nyekundu

mov

hudhurungi

ble

bluu

ver

kijani

maron

hanja

gri

jivujivu

nwar

nyeusi

boukou / enn tigit
·············
mengi / kidogo

ankoler / kalm
·············
hasira / pole

zoli / vilin
·············
nzuri / mbaya

koumansman / lafin
·············
mwanzo / mwisho

gro / tipti
·············
kubwa / ndogo

kler / obskirite
·············
angavu / giza

frer / ser
·············
kaka / dada

prop / sal
·············
safi / chafu

konple / inkonple
·············
kamilika / tokamilika

lizour / lanwit
·············
siku / usiku

vivan / mor
·············
wafu / hai

larz / sere
·············
pana / nyembamba

komestib / inkomestib

kulika / kutolika

move / bon

ovu / ema

exsite / agase

sisimkwa / udhika

gra / mins

nene / nyembamba

premie / dernie

kwanza / mwisho

kamwad / lennmi

rafiki / adui

ranpli / vid

jaa / tupu

dir / mou

ngumu / laini

lour / leze

nzito / nyepesi

fin / swaf

njaa / kiu

malad / bien

mgonjwa / mwenye afya

ilegal / legal

haramu / kisheria

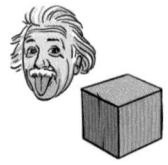

intelizan / kouyon

akili / kijinga

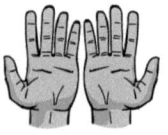

gos / drwat

kushoto / kulia

pre / lwin

karibu / mbali

nouvo / ize

mpya / kutumika

nanye / kiksoz

kitu / jambo

vie / zenn

zee / changa

demare / arete

waka / zima

ouver / ferme

wazi / fungwa

trankil / for

utulivu / kelele

ris / pov

tajiri / masikini

bon / move

sahihi / kosa

brit / lis

mbaya / laini

tris / zwaye

huzunika / furahia

kourt / long

fupi /ndefu

lan / rapid

polepole / haraka

tranpe / sek

nyevu / kavu

so / fre

joto / baridi

lager / lape

vita / amani

0

zero

sufuri

1

enn

moja

2

de

mbili

3

trwa

tatu

4

kat

nne

5

sink

tano

6

sis

sita

7

set

saba

8

wit

nane

9

nef

tisa

10

distribiter biye

kumi

11

onz

kumi na moja

12

douz
....
kumi na mbili

13

trez
....
kumi na tatu

14

katorz
....
kumi na nne

15

kinz
....
kumi na tano

16

sez
....
kumi na sita

17

diset
....
kumi na saba

18

dizwit
....
kumi na nane

19

diznef
....
kumi na tisa

20

vin
....
ishirini

100

san
....
mia

1.000

mil
....
elfu

1.000.000

milyon
....
milioni

Angle

Kiingereza

Angle Lamerik

Kiingereza cha Marekani

Mandarin Sinwa

Kimandarini cha Uchina

Hindi

Kihindi

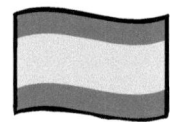

espagnol

Kihispania

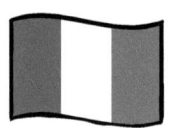

Franse

Kifaransa

Arab

Kiarabu

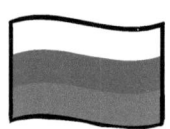

Ris

Kirusi

Portige

Kireno

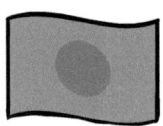

Bengali

Kibengali

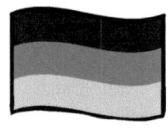

Alman

Kijerumani

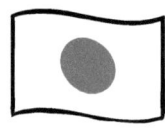

Zapone

Kijapani

mo

mimi

to

wewe

li

yeye / yeye / ni

nou

sisi

ou

wewe

zot

wao

kisana?

nani?

kiete?

nini?

kouma?

jinsi gani?

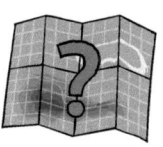

kotsa?

wapi?

kan?

lini?

nom

jina

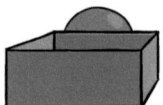

deryer

nyuma

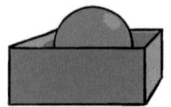

dan

katika

devan

mbele ya

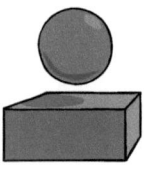

lor

juu ya

lor

kwenye

anba

chini ya

akote

kando

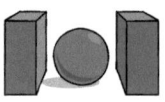

ant

kati

plas

mahali